Af hverju við hittumst alltaf tvisvar

Upphafið á endanum

Jessica Hintz

Bandaríkin
2024

Áletrun

Titill bókar: Hvers vegna hittumst við alltaf tvisvar
Undirtitill bókar: Upphafið á endanum
Höfundur: Jessica Hintz

Höfundur: Jessica Hintz
Hafðu samband: boxingboy898337@gmail.com

INNIHALD

Hlaupahjólafundurinn

Sierra:

Ég var að verða eirðarlaus. Eftirlitsbíllinn leið eins og fangelsi á hreyfingu og ég var svo nálægt því að blunda. Þetta var síðasti dagurinn minn í tveggja vikna starfsnámi hjá lögreglunni og ég gat ekki annað en fundið fyrir smá depurð yfir því. Bráðum myndi ég fara aftur heim til foreldra minna og tveggja yngri bræðra. Ég gat heldur ekki gleymt 18 ára bróður mínum, alltaf að gera hávaða heima. Þrátt fyrir þetta var ein manneskja sem gerði hugmyndina um að fara aðeins auðveldari: besta vinkona mín, Leyla. Í augnablikinu gisti ég hjá ömmu og afa. Frændi minn og frænka bjuggu í nágrenninu með börnin sín fjögur og frændi minn vann í lögreglunni, þannig fékk ég þessa starfsþjálfun í fyrsta lagi.

Þegar við rúlluðum niður aðalgötuna starði ég út um gluggann, algjörlega leiðinlegur. Landslagið virtist eins og þoka af húsum, götum og lestarstöð. Sama gamla, sama gamla. En svo skyndilega vakti eitthvað athygli mína. "Við munum kaupa það!" Rödd Lenni braut í gegnum einhæfnina og ég sleit hausnum af undrun. Það var vespumaður á hraðaupphlaupum niður götuna. Loksins, eitthvað sem var ekki bara hús!

Við tókum krappa beygju inn á bílastæði og gáfum vespunamanninum merki um að leggja af stað. "Ökuskírteini og ökutæki, takk!" kallaði Lenni með harðri lögreglurödd sinni. Ungi maðurinn hló, röddin gróf og full af viðhorfi, sendi hroll niður hrygginn á mér. Suðurhreimurinn var þykkur, en það var eitthvað annað í tóninum hans sem ég gat ekki alveg staðlað. Hann kippti af sér hjálminum og andardrátturinn kom í hálsinn á mér. Eitt augnablik rakst ég næstum á eigin fótum þegar ég nálgaðist hann.

Ég jafnaði mig fljótt og neyddi mig til að einbeita mér. Hann var ótrúlega aðlaðandi, með kolsvart hár, húð sem benti til suðurrætur hans og augu sem voru nákvæmlega andstæð því sem ég bjóst við. Í stað þess hlýja, súkkulaðibrúna sem ég bjóst við, var mér mætt með stingandi ísblá augu sem virtust glitra af forvitni og undrun. Hann gæti ekki hafa verið eldri en 17, en hvernig hann bar sig lét hann virka miklu þroskaðri. Vöðvastæltur bygging hans stóð um það bil sex fet á hæð og gerði það ljóst að hann var ekki einhver til að skipta sér af. Og samt, þarna var hann og glotti til mín með ósvífnu, næstum uppátækjasömu brosi sem sýndi fullkomnar hvítar tennur.

Ég gat ekki annað en glott til baka og passaði við ósvífinn svip hans. Ég leit á vespuna hans og varð að bæla niður bros. Það var augljóst að ferð hans hafði verið breytt mikið - frændi minn hafði nýlega sýnt mér hvernig vespu eins og þessi leit út þegar hún var stillt upp að hámarki. Ég bankaði á hliðina á vespu hans og muldraði: „Fín vespa.

Hann skaut mér augnaráði sem sagði greinilega: „Ekki segja neitt," en skilaboðin voru of skýr til að missa af. Ég lyfti augabrúninni á móti, og hvatti hann í hljóði til að skora á mig. Augu hans færðust á milli mín og vespunnar, greinilega óviss um hvað ég gæti gert næst. Hugsunin hvarflaði að mér: Á ég að tilkynna hann? Á ég að spila eftir reglunum eða gefa honum frí? Innri rökræða mín geisaði en á endanum ákvað ég að þetta væri „félagsdagurinn“ minn og það væri ekki ég sem myndi eyðileggja skemmtun hans.

Augnaráð hans var enn ákaft og beið eftir ákvörðun minni. Ég leyfði honum að steikja í smá stund áður en ég hristi loksins höfuðið og brosti honum hlýju brosi. Léttir skoluðust yfir hann og ég gat næstum séð spennuna gufa upp af öxlum hans. Lenni tók eftir augnablikinu og kallaði: "Er allt í lagi?"

Ég gat ekki staðist kaldhæðnina í röddinni þegar ég svaraði: „Já, allt er fullkomlega eðlilegt! Lenni virtist kaupa það, þó strákurinn við hliðina á mér horfði enn varlega á mig, líklega að velta því fyrir mér hvort ég væri að fara að gera hann út.

Ég gekk um vespuna og gaf mér tíma til að skoða hana. Ég stóð við hlið drengsins og sagði nógu hátt til að hann heyrði: „Þú ert heppinn að þetta er félagsdagur minn, annars værir þú að missa skírteinið þitt og vespu. Svo, spilaðu vel." Hann brosti til mín, glampi af skemmtun í augum hans. "Hvernig veistu að það er eitthvað að vespu minni?"

Ég gat ekki annað en brosað blíðlega. „Jæja, við skulum bara segja að ég hafi séð nóg af súpuðum vespum til að þekkja eina þegar ég sé hana.“ Svipur hans breyttist, bæði undrandi og hrifinn af því að stelpa eins og ég vissi svo mikið um vespur.

Ég gekk aftur til Lenni og sagði við hann: "Það er allt í góðu!" í von um að hann myndi ekki gruna neitt. Hann kinkaði örlítið kolli og skilaði skjölum drengsins, sem hrifsaði þau upp, léttir hans augljós. Hann horfði enn á mig með þakklæti í augum, þó ég þyrfti að berjast til að bæla niður hlátur minn.

Lenni veifaði drengnum bless og baðst afsökunar á stoppinu áður en hann hélt aftur að bílnum. Ég stóð þarna, skyndilega viss um hvað ég ætti að segja. Venjulega var ég aldrei orðlaus, en það fannst mér öðruvísi að standa fyrir framan þennan dreng. Hann brosti til mín, svona bros sem virtist lýsa upp jafnvel daufa, skýjaða himininn. Bláu augun hans tindruðu þegar hann talaði: „Þakka þér fyrir. Þakka þér fyrir að gefa mig ekki fram. Það skiptir mig miklu máli."

Ég blikkaði, undrandi yfir einlægni hans. Án þess að hugsa sagði ég út úr mér: „Vá, ítalskur macho maður sem kann að þakka fyrir sig. Ég hefði aldrei búist við því!" Hann hló og ég sá skemmtunina dansa í augum hans.

„Jæja, kannski er það vegna þess að ég er ekki bara ítalskur," sagði hann og bros hans breyttist í fjörugra. „Ég skal þakka þér aftur. Vonandi hittumst við aftur einhvern daginn."

Þar með klæddi hann sig hjálminum, hoppaði á vespu sína og hljóp af stað og veifaði til mín í síðasta sinn. Ég stóð þarna augnablik og fann undarlega hlýju breiðast út um mig, eins og nærvera hans hefði sett svip sinn á daginn minn.

Þegar ég gekk til baka að eftirlitsbílnum, renndi ég mér í farþegasætið, enn dálítið daufur eftir áreksturinn. Ég hafði ekki hugmynd um hver þessi drengur var, en einhvern veginn leið mér vel í kringum hann, eitthvað sem ég fann sjaldan með ókunnugum. Ég gat ekki beðið eftir að segja Leylu frá upplifuninni.

Rödd Lenni færði mig aftur til raunveruleikans. „Önnur stopp, og enn og aftur, ekkert áhugavert,“ sagði hann og andvarpaði. En ég gat ekki annað en brosað með sjálfum mér. Við höfðum örugglega fundið eitthvað í dag - þó Lenni hefði auðvitað ekki hugmynd um það.

Núverandi:

Ég var alveg steinhissa. Ég hélt aldrei að ég myndi sjá hann aftur, en samt, þarna stóð hann beint fyrir framan bekkinn okkar og horfði í kringum sig með leiðindasvip. Áfallið skall á mér og í smá stund trúði ég því varla. Ég man enn fyrsta skiptið sem við hittumst eins og það hefði gerst í gær, þó að það væri tæpt eitt og hálft ár síðan. Á þeim tíma hafði mig langað til að sjá hann aftur, en það gerðist aldrei, þrátt fyrir að ég og Leyla besta vinkona mín hefðum fullkomna áætlun til að láta það gerast.

Leyla hafði alltaf verið besta vinkona mín, löngu áður en ég flutti. Við kynntumst reyndar í gegnum frænda minn. Hún hafði verið að deita honum í tvo mánuði, en það hafði ekki gengið upp á milli þeirra. Frá þeirri stundu urðum við Leyla óaðskiljanlegar. Við vorum eins og sálufélagar, vissum alltaf nákvæmlega hvernig hvor öðrum leið, jafnvel án þess að segja orð. Jafnvel núna gat ég fundið augnaráð hennar á mér, spyrjandi útlitið skar í gegnum áfallið á andliti mínu. Ég leit á hana, enn stóreygð, og hún vissi strax hvað ég var að hugsa. Strákurinn sem stóð fyrir framan bekkinn var sá sami og ég hafði svo heitt viljað sjá aftur eftir þessi fyrstu kynni.

Ég rannsakaði hann náið og reyndi að taka inn breytingarnar. Hann var ólíkur en samt eins á margan hátt. Svarta hárið hans var enn eins fallegt og ég mundi, þó að það hékk nú villt yfir ennið á honum á þann hátt sem var bæði svalt og uppreisnargjarnt. Það leit út fyrir að vera áreynslulaust, næstum eins og það tilheyrði einhverjum sem kærði sig ekki um reglur, einhverjum sem dafnaði á brúninni. En það var líka eitthvað við það sem lét hann líta fjarlægan út, næstum eins og hann bæri byrði.

Augun hans voru sömu stingandi ísbláu sem höfðu heillað mig frá upphafi. En núna var eitthvað meira við þá - eitthvað dekkra. Andlit hans, einu sinni fyllt af lífi, virtist nú næstum tómt, bæla allar tilfinningar. Og samt gat ég séð dauf ummerki sársauka, þjáningar og reiði í augum hans. Breytingin á honum var óumdeilanleg. Einu sinni hafði hann geislað af hamingju og gleði, en nú var það eina sem ég skynjaði djúp og þung sorg.

Hvað hafði komið fyrir hann? Hvað gæti mögulega hafa valdið svo róttækum breytingum? Fólk umbreytist ekki bara svona nema eitthvað stórkostlegt hafi hrist það. Hann hafði alltaf verið sterkur, en nú virtist hann enn vöðvastæltur - ef það var jafnvel hægt. Líkami hans virtist hafa verið meitlaður úr steini, og andlit hans ... jæja, það var þess konar andlit sem myndi gera jafnvel Adonis afbrýðisaman. Því var ekki að neita — hann var hættulegur núna. Auran í kringum hann var næstum ógnvekjandi og ég gat ekki annað en hugsað að ef hann þyrfti einhvern tíma að berjast myndi hann sigra, engar spurningar spurðar.

Ég starði á hann, gat ekki slitið augun í burtu. Svipur hans var ólæsilegur, harður og næstum hrokafullur. Það var yfirburðatilfinning yfir honum núna, niðurlægjandi loft sem gaf til kynna að hann hefði gengið í gegnum margt og komið út hinum megin með flís á öxlinni. Stundum var það næstum ógnvekjandi.

Leyla ýtti mér snöggt og minnti mig á að ég hefði starað á hann allt of lengi. Ég sleit út úr transi mínu, skammaðist mín dálítið, og sneri augnaráðinu snöggt aftur að framan. Kennarinn okkar, frú Walter, hvatti drenginn til að kynna sig. Hann kinkaði kolli látlaust, sama uppátækjasömu brosið lék við varahornið. Það var svona bros sem sagði þér að hann væri að gera eitthvað, eitthvað hættulegt, og í eina sekúndu gat ég ekki annað en velt því fyrir mér hversu mikið hann hefði breyst á þeim tíma síðan ég sá hann síðast.

Louis:

Hvar í fjandanum er ég? Pabbi minn vildi endilega að ég færi aftur í skólann, en þessi staður? Í alvöru? Hann meinar alltaf vel, en þessi skóli er nánast gagnslaus fyrir mig. Það er nánast ekkert hérna sem gæti komið að neinum raunverulegum ávinningi, nema kannski, og ég segi kannski, gæti ég skemmt mér við að ná í nokkrar stelpur. Það er umhugsunarefni síðar, en í bili ætti ég líklega að kynna mig fyrir hópnum af fólki sem starir á mig. Jæja, við skulum hrista aðeins upp á þessum stað.

„Í raun og veru ekki mikið að segja,“ byrjaði ég og fann hvernig augu alls bekkjarins horfðust í augu við mig. „Ég er Louis. Var nýorðinn 18 ára og pabbi minn telur að það sé góð hugmynd fyrir mig að koma aftur í skólann. Svo hér er ég. Þegar ég er ekki hér eyði ég tíma mínum í að versla við eiturlyf og restin af tímanum er fullur af því sem ég og vinir mínir gerum. Og jæja, ég hef enn mjög gaman af konum... en ég er ekkert sérstaklega vandlátur í því.“

Ég brosti bekknum djöfuls bros, beindi svo athygli minni að frú Walter og skoðaði hana. Hún var ekki svo slæm, reyndar. Ég myndi giska á að hún væri um 29 ára, en fötin hennar létu hana líta miklu eldri út. Líkaminn hennar var þokkalegur, en ég myndi frekar fara í stelpur nær mínum aldri. Fröken Walter ræsti sig, reyndi að ná aftur stjórn á bekknum og spurði hvort einhver hefði einhverjar spurningar. Tugir stúlkna skaut strax upp hendurnar. Mér líkaði það.

Ég skannaði bekkinn og læsti svo augunum með fyrstu stelpunni sem ég sá. "Áttu kærustu?" spurði ég með brjálæðislegu brosi.

„Nei, ekki núna. En ég er opinn fyrir því að skemmta mér. Ef sá rétti kemur þá sest ég kannski. En ég trúi ekki á sanna ást."

Áður en ég gat brugðist við heyrði ég nokkur hnyttin orð af aftari röð. Ég sneri mér við og sá tvær stúlkur flissa, greinilega að gera grín að mér. Ein þeirra virtist kunnugleg, en ég gat ekki alveg staðset hana. Hún lyfti höfðinu og greip augnaráð mitt með snjallri brosi. Svo rétti hún upp höndina. Ég lyfti augabrún.

„Ó nei, fyrirgefðu, en þetta er aðeins of persónulegt til að hægt sé að spyrja hana," sagði ég og þóttist hrekja hana af.

Hún brosti, óörugg. „Nei, það er allt í lagi. Ég mun spyrja spurningarinnar og þú getur ákveðið hvort það sé of persónulegt.

Hún og vinkona hennar skiptust á augum, og svo talaði stúlkan með snjalla brosið. „Síðan hvenær hafa Ítalir ísblá augu?

Spurningin kom mér á óvart, en ég ætlaði ekki að láta það koma fram. "Hvernig datt þér þetta í hug?" spurði ég og þóttist vera forvitinn.

Þeir skiptust á augum aftur og brostu eins og þeir hefðu beðið eftir því að ég myndi spyrja einmitt þessarar spurningar. Leyla — það hét hún — hallaði sér fram og brosti. „Jæja, síðan hvenær hafa Ítalir ísblá augu?

Ég hafði búist við því að hún myndi segja eitthvað svona, svo ég glotti og skaut til baka: „Jæja, ef ég væri með brúnar linsur gæti ég að minnsta kosti afneitað hluta af þjóðerni mínu.

Leyla virtist alls ekki hissa, eins og hún hefði vitað nákvæmlega hvað ég ætlaði að segja. Rödd af aftari röð hrópaði: „Hvaðan ertu þá?

Ég brosti þeim hrokafullt. „Eins og Leyla sagði, á ég aðallega ítalskar rætur, en ég hef líka amerískt og finnskt blóð í mér.

Kjálkinn á Leylu féll. Hin stúlkan var nánast grátandi af hlátri. Þá ræsti frú Walter, sem ég hafði alveg gleymt að var meira að segja kyrr í herberginu, úr hálsi og sagði: „Þetta er nóg af spurningum í bili. Þið hafið nægan tíma til að kynnast hvort öðru. En ekki í mínum bekk. Þú getur sest niður við hliðina á Tiffany."

Tiffany var stelpan sem sat við hliðina á mér. Hún leit út eins og þessi dæmigerða fallega stelpa, en ég hafði þegar hugsað mér að gera sem mest úr þessum helvítis skóla.

Ég settist við hliðina á Tiffany og það var þegar ég tók eftir því að ég sat við hlið stúlkunnar sem sat við hlið Leylu. Leyla horfði á mig eins og hún hefði séð draug, enn að vinna úr því sem hafði gerst. Vinkona hennar - sem var líka glæsileg - gat ekki haldið hlátri sínum inni og datt næstum af stólnum.

Svo, eins og hlutirnir væru ekki nógu flóknir, opnuðust hurðin og annar fallegur strákur gekk inn. Svo virðist sem stelpurnar tvær við hliðina á mér hefðu róast því ég heyrði Leylu hvessandi hátt til vinkonu sinnar: „Ó frábært, við getum Ekki einu sinni fá einn dag friðar frá honum. Hvað er næst, rúta keyrir á hann?"

Ég sneri mér til að sjá nýja gaurinn og skildi ekki hvað vandamálið var. Hann leit út eins og fyrirmynd, fyrir að gráta hátt. Stúlkur myndu sennilega detta yfir hann, alveg eins og þær gerðu með mér. Hann var með svart hár, hávaxinn, vöðvastæltur og af hreim og útliti að dæma líklega ítalskur líka. En þegar hann talaði tók ég eftir öðru - ljósgráu augunum hans.

Hann brosti og sagði: „Loksins, einhver sem skilur það! Má ég setjast við hliðina á þér?"

Ég brosti og kinkaði kolli. Fröken Walter virtist ekki vera sama, sennilega að taka glósur eða eitthvað. Nýi gaurinn labbaði að bakinu og hvíslaði einhverju að Tiffany, sem virtist allt í einu skelfing og færði sig í annað sæti.

„Hæ, ég er Ryan. Flott að hafa annan ítalska hérna! sagði hann.

Ég brosti til baka og sagði: „Já, þessi staður varð aðeins áhugaverðari.

Ryan settist niður og ég heyrði Leylu stynja við hlið mér. Ryan hallaði sér að mér og heilsaði mér með brosi. "Hæ, Sierra, Leyla!"

Sierra, hin stúlkan, heilsaði honum til baka, en Leyla leit á hann eins og hún vildi kyrkja hann. Augu hennar voru köld sem ís og hún gaf mér andstyggðarsvip. En Sierra, aftur á móti, horfði forvitni á mig og fannst eins og hún væri að stækka mig.

Ryan hallaði sér aftur á bak og sneri sér að mér, með skaðleg blik í auga hans. „Svo, hvað hefurðu annað en ítalskar rætur?

Ég lyfti augabrún. „Hálfur ítalskur, fjórðungur amerískur og fjórðungur finnskur.

Ryan brosti. „Fínt. Það er engin furða að Leyla þoli þig ekki."

Ég var ringlaður. "Bíddu, hvað meinarðu?"

Ryan brosti eins og hann hefði öll svörin. „Þú vissir það ekki? Leyla er líka hálf finnsk og hún heldur að skítur eins og við tilheyri ekki sama þjóðerni og hún."

Augu mín stækkuðu. „Er Leyla hálf finnsk? Hún lítur ekki út."

Ryan hló. „Hún felur það vel. En trúðu mér, hún hefur það í sér."

Ég leit aftur á Leylu. Hún virtist ekki vera með neitt finnskt blóð í sér, en aftur á móti lokaði hún sjálfri sér.

Vinkona hennar, Sierra, var þó önnur saga. Hún virtist opnari, en samt varin. Ryan hélt áfram að tala.

„Sierra er líka erfiður maður. Hún er með harða skel, en það er eitthvað við hana. Hún hefur verið meidd áður, og nú snýst hún um að leika það flott. En ekki reyna neitt. Þú vilt ekki skipta þér af henni."

Ég gat ekki annað. Ég var forvitinn. „Ég skal gera hana að minni. Ég mun hafa hana í rúminu eftir tvo mánuði."

Ryan hló. „Þú? Maður, þú veist ekki hvað þú ert á móti. Allir vinir mínir reyndu og mistókst. En ef þér tekst það, verð ég hrifinn. Hvað fæ ég ef þú dregur það ekki af þér?"

Ég hugsaði mig um augnablik. „Sá sem tapar verður að kaupa hinum nýtt mótorhjól.

Bros Ryans varð breiðari. „Þú stefnir hátt. Jæja, veðmálið er í gangi."

Ég var farin að velta því fyrir mér hvers konar rugl ég hefði lent í. En ég ætlaði ekki að víkja núna. Þetta átti eftir að verða gaman.

Sierra:

Það var alveg ótrúlegt að hafa nýja-gamla vin minn sitja við hliðina á mér. Það fannst mér næstum súrrealískt, eins og ég þyrfti að halda áfram að horfa á hann til að vera viss um að mig væri ekki að dreyma. En eins mikið og það var, þá var mikið vandamál. Ryan hafði ákveðið að setjast við hliðina á honum, sem þýddi að hann var nánast við hlið Leylu líka. Og þarna sat ég fastur á milli þeirra, sem lét mér líða eins og ég væri í miðri tifandi tímasprengju. Það hjálpaði ekki að Leyla og Ryan voru alltaf með þessa viðvarandi spennu, sérstaklega þegar það kom að því að vera nálægt hvort öðru. Þau áttu alla bekki saman og Leyla passaði alltaf upp á að sitja eins langt frá honum og hægt var. Ryan, aftur á móti, var alltaf að leita leiða til að rífast við hana, jafnvel þó hún þoldi hann ekki. Það var eins og þeim væri ætlað að skella á.

Ég gat þó þegar sagt að eitthvað væri óvirkt. Leyla logaði inni og reyndi eftir fremsta megni að springa ekki. Augu hennar voru næstum því að skjóta rýtingum og ég vissi að allir sem voguðu sér að lenda í vegi hennar á þeirri stundu myndi eiga í erfiðleikum. Ég leit á hana, vitandi að þegar Leyla var reið, gat ekkert stöðvað hana.

Við Leyla höfðum verið eins og systur síðan ég kynntist henni í gegnum frænda minn. Það var tengsl sem við mynduðum samstundis og við höfðum verið óaðskiljanleg síðan. Hún hafði misst systur sína þegar hún var aðeins fjögurra ára og þó að það væri eitthvað sem legði þungt á henni fékk hún í raun aldrei tækifæri til að vinna úr því. Hún átti bróður, en miðað við mig, sem var blessuð með tvo yngri bræður og eldri bróður núna í háskóla, var fjölskylduaðstaða Leylu aðeins öðruvísi.

Nú gætirðu haldið að ég og Leyla ættum fullt af kærasta, en þú hefðir algjörlega rangt fyrir þér. Frændi minn hafði verið með Leylu um tíma, en það gekk ekki upp og þau hættu saman í góðu sambandi. Hvað mig varðar, þá var fyrsti kærasti minn í raun besti vinur frænda míns. Það varði þó ekki lengi og endaði með því að hann flutti í burtu. Um tíma hélt ég að Leyla gæti haft tilfinningar til Ryan, þess vegna var hún alltaf að rífast við hann, en ég var ekki svo viss lengur. Hún hafði sérstakt hatur á öllum sem urðu vinir Ryan, sérstaklega ef þeir voru finnskir. Allir í þeim hring voru sjálfkrafa á högglistanum hennar.

En jafnvel ég var ekki viss um hvað var að gerast lengur. Hún hafði lent í miklu rifrildi við Ryan út af einhverju fáránlegu og ég var ekki einu sinni viss um hvort hún hefði rangt fyrir sér í þetta skiptið. Bjallan hringdi og gaf til kynna hvíldartíma og við lögðum af stað í kaffistofuna.

Þegar Leyla varð í uppnámi út í einhvern hafði hún þol maraþonhlaupara. Í dag var hún á einu af gífuryrðum sínum og hélt áfram og áfram um hversu mikill hálfviti Ryan væri og hvers vegna í fjandanum hann hafði þá dirfsku að setjast við hliðina á henni og tala við hana. Ég brosti bara til hennar og kinkaði kolli með, leyfði henni að fá útrás. Ég vissi að það myndi taka smá tíma fyrir hana að koma öllu út úr kerfinu sínu.

Þegar við komum að mötuneytinu var það ekki alveg tilbúið ennþá, en það var truflað okkur af tveimur kunnuglegum fávitum sem stóðu beint fyrir framan okkur. Ef Leyla var reið út í einhvern var best að forðast hann næsta sólarhringinn nema þú vildir hætta lífi þínu. Og sú staðreynd að einn þeirra var Ryan hjálpaði ekki til.

"Ertu að tala um okkur?" spurði Ryan, rödd hans drýpur af hroka. Ég reyndi að grípa inn í, ætlaði að draga Leylu út úr mötuneytinu, en Leyla var ekki með neitt af því. Hún var staðráðin í að takast á við þau.

„Já, auðvitað, Ryan, heimurinn snýst um heimska litla egóið þitt. Mér þætti vænt um ef þú kafnar af heimskulegum athugasemdum þínum, ræfillinn þinn!" Leyla sleit, reiði hennar skýr. Og þar með var óveðrið formlega byrjað og það var ekkert lát á því núna.

Ryan, greinilega agndofa, spurði: „Af hverju eruð þið alltaf að rífast?

Áður en ég gat einu sinni svarað var ég þegar í vondu skapi. Ég hvæsti til hans, "Eins og það sé eitthvað þitt mál og hvers vegna í fjandanum ertu að tala við mig?"

Ryan, sýnilega pirraður, reyndi að bursta það. „Vá, róaðu þig! Þetta var bara lítil spurning!”

Ég skaut til baka: „Rólegur? Á meðan Leyla og Ryan eru að berjast í margfaldasta skiptið á þessu ári? Já, það hljómar eins og góð hugmynd."

Mia Bella, rödd truflað, talaði með mjúkum ítölskum hreim: „Lífið er of stutt til að vera í uppnámi vegna vina þinna.

Í fyrstu fannst mér ég vera smjaður en síðan var ég reið út í sjálfa mig fyrir að líða svona. Hvers vegna hafði ég heillast svona af orðum hans? Kannski hefði ég átt að taka ítölsku í staðinn fyrir spænsku í skólanum.

„Hvað í fjandanum heldurðu að þú sért að gera, að segja mér hvað ég á að gera? Og hvað er með „Mia Bella" vitleysuna?" Ég öskraði á hann, algjörlega pirraður.

Rétt í þann mund sem ég ætlaði að týna henni heyrðist reiðiöskur og einhver greip mig og dró mig út úr kaffistofunni. Ég andvarpaði innra með mér. Frábært, nú þurfti ég að hlusta á Leylu tuða um þetta allan daginn.

Þegar við vorum komin út af mötuneytinu rákumst við á frænda minn og vin hans, Lucas. Lucas var mjög hrifinn af Leylu en hún hafði engan áhuga á honum. Hún ýtti honum snöggt og hljóp að skápunum okkar, enn fumandi.

Frændi minn horfði á mig með vorkunn í augunum og spurði: "Ryan aftur?"

Ég rak upp augun, greinilega leið. Allir vissu um stöðuga rifrildi Leylu og Ryan.

Hann kinkaði kolli með samúð og sagði: „Gangi þér vel," áður en ég tók af stað á eftir Leylu.

Á þeim tímapunkti vissi ég að restin af deginum yrði langur, fullur af endalausri spennu og rifrildi, og ég myndi líklega sitja fastur í þessu öllu saman.

Louis:

Ég horfði á Ryan, sem sat þarna með yfirlætissvip og starði beint fram fyrir sig. Ég var forvitin um spennuna milli hans og Leylu og ákvað að spyrja. "Hvers vegna slást þú og Leyla alltaf?" Ég spurði, í von um að fá smá innsýn í stöðuna. Þar sem mér hafði ekki tekist að fá neitt út úr Sierra, þá væri Ryan kannski meira áberandi.

Ryan yppti öxlum látlaust, enn með þennan sjálfsagða svip á andlitinu. "Svona er þetta bara á milli okkar. Þetta hefur alltaf verið svona," sagði hann með afslappandi tón.

Ég var ekki sannfærður. „Það þarf að vera meira til en það," ýtti ég á, spenntur að heyra hvað hann hafði að segja. Svar hans var hjákátlegt, en ég var staðráðinn í að komast til botns í því.

Ryan virtist hika í smá stund áður en hann talaði aftur, og þegar hann gerði það komu orðin sem komu mér á óvart. „Jæja, við vorum reyndar bestu vinir í grunnskóla," byrjaði hann og illkvittinn glampi birtist í augum hans. "En svo afhjúpaði ég hana einu sinni fyrir framan allan skólann og síðan þá hefur hún hatað mig. Mér finnst mjög fyndið að rífast við hana núna."

Ég gat ekki trúað því sem ég heyrði. "Bestu vinir?" Ég endurtók og rödd mín hækkaði af vantrú. Orðin virtust ómögulegt að samræmast andúð þeirra á milli. "Ertu að grínast? Ég hef alltaf haft það á tilfinningunni að hún myndi frekar vilja sjá þig dáinn!" Hugur minn var á hlaupum, að reyna að vinna úr því sem Ryan var nýbúinn að viðurkenna. Hvernig gat hann verið besti vinur hennar og síðan gert eitthvað svo grimmt?

Ryan, sem virtist skemmtilegur yfir viðbrögðum mínum, brosti mér kjánalega en virtist líka rannsaka mig í smá stund, kannski að reyna að meta hvort ég væri einhver sem hann gæti treyst á. Hann horfði niður í gólfið, látbragð sem fannst undarlega út úr staður fyrir einhvern eins og hann - venjulega hinn sjálfsörugga, hrikalega ítalska.

„Ég skal segja þér það í annan tíma," muldraði hann undir öndinni og rann fljótt aftur inn í venjulega macho framkomu sína. Brosið hans sneri aftur og hann horfði á mig með látlausu sjálfstrausti. "Allt sem áður, leyfðu mér að kynna þig fyrir vinum mínum."

Ég var enn að vinna úr orðum hans og kinkaði kolli, dálítið ringlaður yfir öllum orðaskiptum. Hvað hafði gerst á milli hans og Leylu til að gera samband þeirra svo eitrað? Ég fylgdi Ryan að nærliggjandi borði þar sem vinir hans voru samankomnir, hugur minn þyrlast af spurningum. Það voru greinilega aðeins sex aðrir Ítalir í þessum skóla, að viðtölum Ryan og mér. Fjórir þeirra voru ári fyrir neðan okkur og hinir tveir, sem kynntu sig sem Paco og Antonio, voru í bekknum okkar.

Þegar Ryan veifaði til vina sinna gat ég ekki annað en fundið fyrir meiri ringulreið yfir flóknum samböndum í kringum mig. Leyndardómarnir um Ryan og Leyla,

Sierra, og jafnvel minn eigin stað í þessu öllu voru farin að hrannast upp. Myndi ég einhvern tíma fá svörin sem ég var að leita að? Eða var mér ætlað að vera fastur í óreiðu lífs þeirra?

Sierra:

Þegar ég náði í Leylu við skápana okkar, fann ég hana sitjandi á gólfinu, augnaráðið fast í fjarska, pirringur í andliti hennar. Án þess að segja orð settist ég við hlið hennar og gaf henni svigrúm til að safna hugsunum sínum. Þögnin okkar á milli var þyngri en ég hafði búist við. Ég tók hins vegar eftir því að það var eitthvað annað sem lá í huga hennar – eitthvað miklu dýpra en bara sífelld rifrildi við Ryan. Það var greinilegt að við höfðum ekki gefið okkur tíma til að tala saman í nokkurn tíma.

"Hvað er í gangi?" spurði ég, rödd mín blíð en samt áhyggjufull.

Leyla horfði á mig, varirnar krulluðu í dauft bros. "Það er rétt hjá þér. Þetta er ekki bara Ryan. Hann er ekki alls lætisins virði." Rödd hennar var hlaðin sorg sem ég gat ekki hunsað. "En það er líka rétt hjá þér, það er meira í þessu."

Ég lyfti augabrún og beið eftir að hún héldi áfram. "Jæja, segðu mér þá. Hvað er í gangi?"

Hún andvarpaði, axlirnar lækkuðu af gremju. „Þetta er ekki bara Ryan,“ sagði hún lágt, rödd hennar varla yfir hvísli. "Foreldrar mínir hafa heyrt um dagleg rifrildi okkar og nú vilja þau annað hvort tala við skólastjórann eða, sem verra er, senda mig á heimavistarskóla. En það er ekki einu sinni það versta. Litli bróðir minn er lagður í einelti á hverjum einasta degi kl. skóla og mömmu og pabba virðast vera alveg sama." Hún leit undan, eins og þunginn af þessu öllu væri orðinn of mikill til að bera.

Ég starði á hana í losti. Heimavistarskóli? Leyla? Ég gat ekki ímyndað mér að hún væri send í burtu, ekki núna, ekki þegar ég þurfti mest á henni að halda. Tilhugsunin um að takast á við efri ár án hennar mér við hlið fannst mér óbærileg framtíð.

„Bíddu," tókst mér loksins, rödd mín skalf. "Þeir geta ekki sent þig í heimavistarskóla, Leyla. Þú getur ekki farið."

Hún brosti máttlítið. "Ég veit. Mér líður eins. En það er ekki eins og ég hafi eitthvað um það að segja."

Ég fann hvernig hjartað sló í brjósti mér, en ég reyndi að hylja það með andvarpi og hvatti hana til að halda áfram.

„Allt í lagi, ég er búinn að segja þér dótið mitt," sagði Leyla og breytti um umræðuefni og augun stækkuðu. "Nú er röðin komin að þér. Hvað er í gangi hjá þér?"

Ég hikaði í smá stund, þungi eigin baráttu fannst mér skyndilega þyngri en venjulega. „Foreldrar mínir eru alltaf á bakinu á mér varðandi einkunnirnar mínar," byrjaði ég, orðin hrundu út áður en ég gat stöðvað þau. "Þeir bera mig alltaf saman við eldri bróður minn. Hann var fullkominn, stóð alltaf allt. Þeir halda að ég sé löt, auðveldlega trufluð og reyni bara ekki nógu mikið. Og eldri bróðir minn? Hann er ekkert að hjálpa. Í stað þess að styðja mig, hann tekur bara á mig, gerir allt verra. Stundum vildi ég óska þess að hann færi langt í burtu í háskóla og léti mig í friði."

Það var langt hlé og ég fann orð mín hanga í loftinu á milli okkar. Ég hafði í raun aldrei opnað mig svona fyrir neinum áður, en með Leylu fannst mér það rétt. Hún var sú eina sem raunverulega skildi.

Skyndilegur bjölluhringingur hristi mig upp úr hugsunum mínum. Við stunduðum báðar og áttuðum okkur á því að það væri kominn tími til að fara í bekkinn. Dagurinn var aðeins að byrja og þegar leið eins og hann hefði tekið sinn toll af okkur.

Leyla stóð upp með andvarpi og þurrkaði hendurnar á gallabuxunum. „Shit," muldraði hún undir öndinni. Ég gat ekki annað en hlegið; Hreinlæti hennar náði alltaf til að brosa, jafnvel þegar hlutirnir virtust vera svartir.

Við fórum fljótt á næsta námskeið okkar: Saga. Viðfangsefnið sem við báðir hataði meira en allt. Það var ekki bara vegna þess að það leiddist okkur til tára; það var líka vegna þess að við fengum alltaf það á tilfinninguna að kennurunum væri ekki sama um okkur heldur. Í dag hafði ég á tilfinningunni að samband okkar við þennan bekk væri að fara að versna.

Þegar við komum inn tók á móti okkur kennarinn okkar, herra Mittermaier, sem eyddi engum tíma í að ávarpa seint komu okkar. „Við erum nú þegar með sjálfboðaliða okkar," tilkynnti hann með ströngu augnaráði. „Þið dömur komuð seint og þessir tveir herrar" — hann benti á Ryan og annan strák sem ég þekkti ekki — „hafið gert nóg til að trufla kennsluna mína. Þið haldið sameiginlega kynningu og ég læt ykkur vita umræðuefni í augnabliki."

Kjálkinn á Leylu féll og ég fann að maginn á mér snérist í hnútum. Þessi dagur gæti ekki orðið verri, eða hvað?

"Nei!" hrópaði Leyla vantrúuð. Ég endurómaði hugsanir hennar með skelfilegu tísti. Kynna með Ryan? Það var nógu slæmt að vera neyddur til að eyða tíma með honum í bekknum, en nú þurftum við að vinna saman? Ég fann þegar spennuna byggjast upp og ég vissi að ekkert gott myndi koma út úr því.

Ég leit í kringum mig og reyndi að vinna úr ástandinu. Annars vegar var gott að við Leyla myndum vinna saman, en það bætti ekki upp fyrir þá staðreynd að við þyrftum að eiga við Ryan. Í hvert sinn sem þessir tveir voru innan við fimm fet frá hvor öðrum, þá brakaði í loftinu af andúð. Og til að gera illt verra var ég núna í samstarfi við "nýja, gamla strákinn" - sá sem var bæði pirrandi og pirrandi aðlaðandi. Ég gat ekki áttað mig á honum, en ég vissi fyrir víst að þetta verkefni myndi verða höfuðverkur.

Við áttum ekki annarra kosta völ en að klára þetta, en mér fannst ég rífa mig. Ef við Leyla lentum í heiftarlegu rifrildi við kynninguna gæti það staðfest grun foreldra hennar og leitt til þess að hún yrði send á brott. Fyrir mig myndi það aðeins bæta olíu á rjúkandi gremju foreldra minna yfir námsárangri mínum að mistakast í þessu. Hvorugt okkar hafði efni á því að hlutirnir fóru úrskeiðis.

Ég horfði á Leylu, sem var nú að gefa mér óvissu augnaráð. Venjulegt bravúr hennar hafði dofnað í eitthvað miklu dekkra. Hvað áttum við að gera núna?

Rödd herra Mittermaier truflaði hugsanir mínar og sneri mér aftur að raunveruleikanum. „Ef þið dömur mynduð loksins setjast niður og hætta að trufla bekkinn minn, getið þið byrjað. Honum virtist vera sama um að við vorum greinilega ekki hrifin af fyrirkomulaginu.

Leyla, í sínum venjulega uppreisnarstíl, muldraði: „Já, vissulega,“ og féll niður í stól, rödd hennar drýpur af kaldhæðni. Ég settist við hlið hennar og við reyndum báðar að setja á sig framhlið afskiptaleysis, en innra með okkur óttuðumst við báðar það sem koma skyldi.

Þegar við settumst í sæti gat ég ekki trúað því hvernig þessi önnur vika á efri árum þróaðist. Hvað hafði ég gert til að verðskulda þetta? Þetta átti að vera síðasta árið okkar, það sem við gátum litið til baka með stolti, en í staðinn leið eins og allt væri að hrynja.

Ólíkleg Bandalög

Louis:

Ó, þessi maður hafði virkilega hæfileika til að láta allt líta út fyrir að vera heimsendir. Kennslan var nýbyrjuð og þegar var verið að segja okkur frá stórri kynningu. Fyrst spurði hann hverjir í bekknum myndu bjóða sig fram og auðvitað skráði tugur stúlkna ákaft. Við vorum rétt að fara að velja þá heitustu og gáfuðustu þegar hurðin opnaðist upp úr þurru og Leyla og Sierra stormuðu inn. Jæja, það virtist eins og herra Mittermeier hafi átt upptök sín vegna þess að með dramatískri uppgangi benti hann á þá tvo. Það hvernig þeir brugðust við var beint úr gamanmynd. Leylu opnaði munninn af vantrú og Sierra gaf frá sér hástemmt, næstum því ljúft, "Nei!" En það var enginn raunverulegur kraftur á bak við orð hennar. Báðir virtust þeir vera við það að falla í yfirlið, augun stór af skelfingu og ótta, eins og þeir hefðu bara fengið hræðilegar fréttir sem breyttu lífi.

Innra með mér gat ég næstum heyrt þá skrifa erfðaskrá sína andlega. Og satt að segja, þó að ég hafi ekki verið hrifinn af því að vera neyddur í kynningu með þeim tveimur, þá virkaði það mér í hag. Enda hafði ég það veðmál að hugsa um. Ég leit yfir á Ryan og þegar ég sá svipinn á honum vissi ég að hann skildi nákvæmlega hvað ég var að hugsa. Hann brosti mér glaumgosa, svona sem hann klæddist alltaf þegar hann hélt að hann væri með eitthverja.

Í millitíðinni skipaði herra Mittermeier, sem alltaf var gleyminn, stúlkunum rólega að setjast og á súrrealísku augnabliki lögðu bæði Leyla og Sierra leið sína að skrifborðunum, enn agndofa í þögn. Sierra leit á mig og ég mætti augnaráði hennar með fíngerðu samsærissvip. Ó, nei. Ég ætlaði ekki að kaupa Ryan mótorhjól eftir tvo mánuði bara vegna smá veðmáls. Kynningin, ef hún er meðhöndluð á réttan hátt, gæti komið mér úr króknum. Svo lengi sem Ryan og Leyla byrjuðu ekki að rífa hvort annað í sundur, það er. Þeir tveir þyrftu að vera læstir inni í herbergi saman þar til þeir annað hvort útkljáðu sín mál eða myrtu hvort annað.

Námskeiðið hélt áfram á ofboðslega hægum hraða. Ég sver það, ég hélt að ég myndi deyja úr leiðindum að minnsta kosti þrisvar sinnum áður en við loksins fórum yfir í eitthvað áhugaverðara. Eftir það sem leið eins og heil eilífð var okkur sagt að koma fram og velja viðfangsefni fyrir kynninguna. "Allt um gríska goðafræði." Í alvöru? Hvers konar ömurlegt umræðuefni var þetta? Ég leit á stelpurnar sem voru að krota niður nótur eins og líf þeirra væri háð því. Á meðan treysti ég á heilann og minnið til að bera mig í gegn. Það var engin þörf fyrir mig að taka minnispunkta; Ég var með þetta yfir mig.

Leyla og Sierra, sem voru enn í útliti eins og þeim hefði nýlega verið sagt að þær yrðu teknar af lífi, ákváðu að fara um leið og kennslunni lauk. En ég og Ryan, með aðra áætlun, ákváðum að við myndum hittast á bókasafninu klukkan þrjú til að klára þetta allt saman. Ég greip í handlegg Sierra og hún þeyttist samstundis um, augun leiftraði af undrun og pirringi. "Hvað viltu, og slepptu handleggnum mínum strax!" hvæsti hún, eins og ég hefði bara kippt henni í gildru. Ég glotti letilega og sagði: "Í fyrsta lagi þegiðu og hlustaðu og í öðru lagi hittumst við á bókasafninu klukkan þrjú. Og í þriðja lagi, ekkert rífast."

Áður en hún gat mótmælt, snerum við Ryan og gengum í burtu og létum stelpurnar tvær eftir að sjóða í gremju sinni. Ég vissi að þetta yrði ekki auðvelt, en þetta var nauðsynlegt illt.

Sierra:

Jæja, þetta var ein tilkynning sem ég hefði auðveldlega getað verið án. Allt ástandið pirraði mig, en það virtist sem við ættum ekki annarra kosta völ en að fara með það. Leyla, sem sat við hliðina á mér, ranghvolfdi augunum á þann hátt sem gæti keppt við fagmann. Hún var sýnilega rjúkandi og það var greinilegt að hún hélt í gremju sinni, þó ég vissi að það myndi ekki líða á löngu þar til allt myndi renna út. Við gengum í gegnum síðustu tímana í kennslunni og töldum mínúturnar þar til við loksins komumst á bókasafnið. Þegar bjallan hringdi klukkan þrjú var ég tilbúinn að klára þetta bara.

Ég var staðráðin í að létta skapið aðeins og hugsaði með mér að ég gæti nartað í lakkrísbút í von um að það gæti dregið úr pirringi mínum, þó það væri ekki mikið að gera. Leyla var að reyna, eins og venjulega, að halda skapi sínu í skefjum, en við skulum horfast í augu við það - að treysta á hana til að klikka ekki var svolítið eins og að vona að eldfjall myndi ekki gjósa. Við fundum stað í sófanum aftast í bókasafninu og biðum.

Og beið.

Það leið hálftími og rétt í þann mund sem ég ætlaði að springa af einskærri óþolinmæði komu þeir loksins. Auðvitað var stóri inngangurinn þeirra ekkert minna en hörmung. „Því miður erum við sein, en við villtumst á lífsins vegi! Rödd Ryan sló í gegn og Louis brosti við hlið sér. Það var eins og þeir væru að leika sér að því að vera trúðar bekkjarins, og ég var þegar kominn yfir það. Skapið mitt fór hratt lækkandi þegar ég reyndi að halda aftur af reiðinni sem þyrlaðist upp innra með mér. En mér til undrunar var Leyla róleg, næstum óspennandi.

„Jæja, þú ert allavega hér núna. Svo við skulum byrja,“ sagði hún í undarlega stjórnuðum tón. Ég blikkaði í vantrú — Leyla tókst í raun að halda ró sinni? Þetta var eins og stórveldi eða eitthvað. Jafnvel Ryan virtist undrandi, munnurinn hékk opinn. En það stóð auðvitað ekki lengi. Hann náði sér fljótt á strik og skaut til baka: „Jæja, yfirveguð Leyla, hvað veist þú um gríska goðafræði?

Svar Leylu kom hratt og ég hrökk við. "Að minnsta kosti fleiri en þú, fávitinn þinn."

Ó nei, það myndi örugglega ekki hjálpa til við að róa hlutina. Ef eitthvað var þá var það eins og að kveikja á eldspýtu í herbergi fullt af bensíni. Ég sá neistana fljúga áður en þeir lentu í jörðu og áður en ég gat sagt nokkuð var Leyla þegar farin að hitna. Ég varð að stíga inn, hratt.

„Hóhó, róaðu þig,“ sagði ég snöggt og rétti upp hendurnar í friðarfóstri. „Kannski ætti nýliði okkar hér að segja okkur hvað hann veit um það.

Ryan virtist ekki ánægður með tillögu mína og dró strax til baka. „Hvað væri að byrja á því að finna nokkrar bækur um það fyrst og lesa svo aðeins upp?

Mér líkaði þessi hugmynd, reyndar. Þetta var frábær leið til að taka hitann af öllum og fá eitthvað gert. „Jæja, þið verðið hér tvö," sagði ég, greip í handlegg Leylu og dró hana upp úr sófanum. „Við skulum þá fara að sækja bækurnar".

Þetta fannst mér lítill sigur, en ég var ekki að blekkja sjálfan mig. Við vorum enn á brúninni og það þyrfti ekki mikið til að koma hlutunum í gang aftur. Með blöndu af uppgjöf og ákveðni héldum við í hillur bókasafnsins til að finna það sem við þurftum. Eins mikið og ég hataði að viðurkenna það, þá reyndist þessi kynning vera minnstu áhyggjur mínar.

ÓSÖGÐ EFTIRSJÁ

Louis:

Ég sneri mér að Ryan, aðeins alvarlegri í þetta skiptið. „Jæja, segðu mér satt — af hverju heldurðu áfram að leggja Leylu svona niður? Ég sá hann hika í augnablik, augu hans flöktu óþægilega. "Hún byrjar það alltaf!" hann skaut til baka og reyndi að sveigja spurninguna.

Ég var ekki að kaupa það. "Ekki í dag. Í dag varst þú sá sem byrjaði hlutina. Hún sagði ekkert móðgandi eða reyndi að ögra þér. Hún var bara fín. En þú - þú settir hana fyrst niður án nokkurrar ástæðu. Í hvert skipti sem hún talar, þú ert nú þegar í vörn. Hvað er að gerast hjá þér, Ryan.

Ég sá að það var ekki auðvelt fyrir hann að viðurkenna, en að lokum andvarpaði hann djúpt, næstum sigraður. Eftir langt hlé leit hann alvarlegum augum á mig. „Jæja, en ef þú segir einhverjum frá þessu, þá sver ég að ég mun láta þig sjá eftir því," varaði hann við, óvenju spenntur. Ég kinkaði bara kolli og fann hversu erfitt þetta var fyrir hann. "Ég segi ekki orð. Segðu mér bara."

Ryan virtist safna hugsunum sínum í smá stund, og svo komu orðin út, furðu viðkvæm. "Þetta byrjaði allt fyrir tveimur árum. Ég var 16 ára og Leyla var 15 ára. Hún var ekki beint vinsæla stelpan þá, og hún var svolítið bústuð. Hvað mig varðar, ég var í svokölluðu "elítunni" Ég hef alltaf verið á toppnum, og ég og Leyla, við vorum bestu vinkonur. Hún þróaði tilfinningar til mín líka, en ekki inn eins og ég ætti að vera hrædd um hvað það myndi þýða fyrir orðspor mitt ef fólk vissi að við værum meira en vinir, ég var þekktur fyrir að vera í sambandi við allar tegundir af stelpum og það hefði eyðilagt það Hefði látið mig líta út fyrir að vera veik. Svo, einn dag í sumar, eftir skóla, vorum við bara að tala um áætlanir okkar fyrir fríið að tala til hennar fyrir framan alla, hvað þá að standa úti með henni.

Jæja, hún vildi kyssa mig bless. Og án þess að hugsa, ég... ég ýtti henni frá mér. Ég hrópaði yfir allan garðinn: „Farðu frá mér! Eins og ég myndi nokkurn tíma kyssa þig — hver myndi vilja kyssa einhvern eins feitan og þú?"' Rödd Ryans dró úr þegar orðin héngu í loftinu og ég gat séð þungann af því sem hann hafði sagt þá. „Það hlógu allir, þar á meðal ég. Og Leyla, hún bara... hún hljóp grátandi burt. Ég hef aldrei séð hana svona áður. Og síðan þá hefur hún hatað mig og ég ásaka hana ekki. Ég eyðilagði allt."

Ég var í sjokki. Mig langaði að hlæja, en það var ekki fyndið. Ég vorkenndi honum bæði ógeðslega og undarlega. "Vá. Þvílíkt sjokk. Ég er ekki hissa á því að hún hati þig," sagði ég og hristi höfuðið. "Þú klúðraðir virkilega, er það ekki? Þetta hlýtur að hafa splundrað hana innra með þér. Og það versta er að þú eyðilagðir líklega það besta sem þú hefur átt. Sjáðu hana núna - hún er alveg töfrandi og kaldhæðnislegt að hún er núna hluti af úrvalshópnum, alveg eins og þú."

Ryan starði á mig, næstum hjálparvana, og ég sá að hluti af honum sá eftir þessu öllu saman. Hann leit út eins og krakki sem var nýbúinn að átta sig á því að hann hefði misst fyrstu alvöru ástina sína. Augu hans milduðust í stutta stund áður en hann dulaði tilfinningar sínar fljótt með sínum venjulega hroka. Snyrtilegt brosið kom aftur upp í andlitið á honum, en það var ljóst að hugrekki hans var ekki nóg til að fela meiðslin í augum hans.

Ég gat séð það núna - sannleikann. "Þú elskar hana enn, er það ekki?" spurði ég og í sekúndubrot sagði hann ekki neitt. En svo skellti hann upp þurrum hlátri og sannfærði engan, sérstaklega ekki mig. Ég gæti sagt það núna. Hvernig hann leit út - sigraður, eins og hann hefði nýlega misst ást lífs síns - sagði mér allt. En eins og alltaf fór gríman fljótt upp aftur. Svipurinn hvarf og hann horfði í kringum sig með þessu venjulega hrekklausa glotti, eins og ekkert hefði í skorist.

Rétt í þessu gengu stúlkurnar tvær inn í herbergið. Mér til undrunar virtist Leyla gjörsamlega niðurbrotin, augun rauð eins og hún hefði grátið. Sierra var aftur á móti hrópandi, andlit hennar brenglast af gremju. Það varð mér enn ruglaður, en ég var ekki viss um hvort ég vildi vita hvað hefði gerst á milli þeirra. Samt var greinilegt að spennan á milli allra var bara orðin þykkari og loftið var hlaðið af ósögðum orðum.

Ég leit aftur á Ryan og velti því fyrir mér hvort hann gerði sér grein fyrir hvað væri að gerast fyrir framan okkur. Hann hitti augu mín stutta stund, en svipur hans var ólæsilegur núna, fyrri varnarleysi hans var algjörlega hulið af venjulegu afskiptaleysi hans.

Sierra:

Við gengum að hillunum fullar af bókum um gríska goðafræði og ég gat ekki annað en spurt Leylu. „Allt í lagi, ég skil að þú átt ekki samleið með Ryan, en þú hefur aldrei sagt mér hvers vegna. Satt að segja hef ég alltaf haft þessa tilfinningu að honum líki við þig. Í hvert skipti sem þú hefur ekki einu sinni tekið eftir honum ennþá, en hann hefur þegar séð þig, lítur hann á þig eins og hann sé ... ástfanginn. Svo, hvað er eiginlega í gangi?"

Það var þegar hún hrundi. Ég bjó mig undir allt frá reiði til þess að hún veitti mér þögul meðferð, en ég bjóst aldrei við að hún myndi fara að gráta. Það var eins og vandlega byggðir veggir hennar hefðu skyndilega molnað. (Allar hetjur gráta stundum. Ekki vegna þess að þær eru veikar heldur vegna þess að þær hafa verið sterkar svo lengi...)

Leyla var alltaf sú sem hélt því saman, sem sýndi ekkert nema styrk. Hún var stelpan sem virtist aldrei eiga í vandræðum með neitt, þannig að það að sjá hana brotna svona kom mér algjörlega í taugarnar á mér. Ég kraup hratt við hlið hennar og lagði höndina varlega á bakið á henni. „Hæ, hvað er í gangi? Sagði ég eitthvað rangt? Talaðu við mig, Leyla.

Hún grét lágt, en það leit út fyrir að hún væri hægt og rólega farin að taka sig saman aftur. Eftir nokkra stund talaði hún loksins, rödd hennar varla yfir hvísli. „Jæja, ég hef aldrei sagt þér þetta. Það var áður en þú fluttir hingað. Ég var 15 ára og Ryan 16 ára. Við vorum mjög nánar, bestu vinir. En svo... fór ég að falla fyrir honum. Ég hélt satt að segja að honum gæti liðið eins. En ég var of þung, ég var ekki vinsæl, og hann... ja, hann var algjör andstæða þess. Allir þekktu hann og vinsældir hans fóru vaxandi. Einn sumarsíðdegi vorum við að tala saman eftir kennslu, bara tveir. Mig langaði að sýna honum hversu vænt mér þótti um hann. Ég hugsaði, ef ég kyssti hann, myndi hann skilja það. En þetta voru stærstu mistök sem ég hef gert."

Hún þagði, dró andann skjálfandi og ég sá sársaukann koma aftur í augu hennar. „Ég hallaði mér inn til að kyssa hann og hann ýtti mér bara frá mér. Hann öskraði: „Bah, eins og ég myndi nokkurn tíma kyssa þig. Hvaða strákur sem er myndi kyssa einhvern jafn feitan og þú.' Ég held að ég hafi aldrei fundið fyrir meiri niðurlægingu á ævinni. Allir heyrðu hann og hlógu. Hann hló líka á meðan ég hljóp grátandi burt úr skólagarðinum. Hann baðst síðar afsökunar en sagðist hafa meiri áhyggjur af því að halda uppi orðspori sínu en nokkuð annað. Hann valdi stöðu sína fram yfir mig."

Ég fann þyngsli orða hennar sökkva inn. Hjarta mitt kvaddi hana þegar hún hélt áfram. „Eftir það eyddi ég númerinu hans, lokaði á hann alls staðar. Ég sagði við sjálfan mig að ég væri búinn með hann. En ég vildi ekki að hann gleymdi mér, svo ég byrjaði að æfa. Ég borðaði varla neitt, bara svo ég gæti fengið líkamann sem mig hefur alltaf dreymt um. Ég vann svo mikið og þegar ég fór að líta betur út hélt ég að ég myndi kannski meiða hann eins og hann meiddi mig. En í hvert skipti sem ég reyndi að sýna honum virkaði það bara ekki. Það var sama hversu mikið ég breytti, hversu mikið ég vann. Ég var aldrei nóg fyrir hann.

En það sem eyðileggur mig mest er að ég elska hann enn. Þrátt fyrir allt, þrátt fyrir hversu mikið hann særði mig, elska ég hann samt. En ég myndi aldrei láta mig falla fyrir honum aftur. Ég gæti aldrei gengið í gegnum það aftur. Ég get ekki látið hann brjóta mig í annað sinn."

Orð hennar slógu mig eins og tonn af múrsteinum. Ég hafði ekki hugmynd um sársaukann sem hún hafði borið um, og ég gat ekki einu sinni byrjað að ímynda mér dýpt hans. Eitt augnablik var ég bara agndofa. Ég stóð þarna, frosinn, munnurinn minn hékk opinn í losti.

Leyla horfði á mig með þessum sorglegu augum hennar og skyndilega fannst mér röðin komin að mér að vera sterk fyrir hana. Ég beygði mig við hlið hennar og þurrkaði varlega tárin af kinn hennar. „Leyla, þessi gaur er svo sannarlega ekki tíma þíns virði. Þú ert ótrúlegur eins og þú ert. Og veistu hvað? Þú hefur allt framundan. Svo þú þurrkar bara þessi tár og ber höfuðið hátt, allt í lagi?

Hún kinkaði aðeins kolli, en ég sá að hún var enn að berjast. Ég vissi að ef hún þyrfti að horfast í augu við Ryan núna myndi hún líklega brotna saman aftur. Svo ég kom fljótt með áætlun til að hjálpa henni í gegnum þetta. „Hæ, ég er með hugmynd. Farðu heim núna og ég mun sjá um fyrsta hluta kynningarinnar með strákunum. Þegar við erum búnir, kem ég heim til þín og við tölum saman. Við munum komast að því hvað gerist næst."

Andlit hennar ljómaði aðeins og hún brosti dauflega. „Viltu virkilega gera það fyrir mig? Þú ert besti vinur sem nokkur gæti beðið um."

Ég brosti henni hughreystandi: „Auðvitað myndi ég gera það. Nú skulum við grípa nokkrar bækur og við munum redda þessari kynningu."

Leyla stóð upp og ég hjálpaði henni að safna nokkrum bókum um gríska goðafræði. Við gengum aftur þangað sem Ryan og Louis biðu og um leið og Ryan sá að Leyla hafði grátið breyttist svipur hans. Hann horfði á hana með einlægri umhyggju. Eitt augnablik hélt ég næstum því að hann ætlaði að biðjast afsökunar eða jafnvel spyrja hver hefði sært hana. En svo kom venjulega hæðnisglettið hans aftur og ég áttaði mig á því að kannski var hann ekki alveg hugmyndalaus um hvað hann hafði gert.

Samt var eitthvað öðruvísi við viðbrögð hans núna. Kannski, bara kannski, áttaði hann sig á hverju hann hafði tapað allan tímann.

Louis:

Sierra setti bunkann af um fimmtán bókum fyrir framan mig og sagði: "Allt í lagi, hér eru bækurnar. Leyla líður ekki vel, svo hún er á leiðinni heim." Ég kinkaði kolli og sá að Leyla leit virkilega hræðilega út. "Ég fer líka ef það er í lagi. Mér líður í rauninni ekki vel í dag heldur," sagði Ryan og rödd hans hljómaði næstum afsökunarbeiðandi. Leyla hikaði við orð hans en sagði ekki neitt. Sierra andvarpaði þungt, greinilega svekktur en líka áhyggjufullur. „Jæja þá, ég og Louis byrjum í dag og við höldum áfram saman seinna,“ sagði hún. Ryan stóð upp og, án þess að orða meira, gekk hann út úr bókasafninu og nennti ekki einu sinni að kveðja.

Leyla gekk að Sierra, vafði handleggina um hana í þéttu faðmlagi, rödd hennar varla yfir hvísli þegar hún sagði: "Bæ." Hvernig hún sagði það fékk mig til að átta mig á hversu viðkvæm hún leit út á þeirri stundu. Hingað til hafði ég aðeins séð hana sem einhverja ótrúlega sterka og óbrjótanlega, og þessi innsýn af varnarleysi sló mig á hausinn.

„Allt í lagi,“ sagði Sierra og sneri sér aftur að mér, „mér líkar virkilega ekki við þig, en við verðum að vinna saman, svo ég kalla á vopnahlé. Ég lyfti augabrúnunum við skyndilega breytinguna á tóninum hennar. Hún virtist hafa raunverulegar áhyggjur af vinum sínum, en ég var samt að reyna að átta mig á öllu sem gerðist. Tillaga hennar um vopnahlé virtist of auðveld, of fljótleg, en ég hélt því ekki fram. „Allt í lagi, ekkert mál,“ svaraði ég og var enn að reyna að átta mig á henni. Eitthvað við hana fannst mér kunnuglegt og það nöldraði í mér. Ég gat ekki staðist hvaðan ég þekkti hana, en henni leið eins og einhver sem ég ætti að þekkja.

Hún tók mig stara á hana og í smá stund fannst mér hún vita nákvæmlega hvað ég var að hugsa. Ákefð augnaráðs hennar jók aðeins á ruglinginn, en ég leit snöggt undan og neyddi mig til að einbeita mér að verkefninu sem fyrir höndum var. Ég tók upp fyrstu bókina fyrir framan mig og opnaði hana án þess að taka mark á orðunum á síðunni. Sierra virtist gera það sama og fletti bókinni sinni með sama annars hugar loftinu.

Að lokum gat ég ekki verið rólegur lengur. "Hvað gerðist með Leylu? Hún virtist gjörsamlega eyðilögð," spurði ég og forvitnin náði yfirhöndinni. Sierra horfði á mig augnablik, augun reiknuðu, eins og hún væri að ákveða hvort hún ætti að treysta mér fyrir sannleikanum eða ekki. „Jæja, ég á eiginlega ekki að segja þetta, og satt að segja treysti ég þér ekki, en það hefur eitthvað með nýja besta vin þinn Ryan að gera.

Það sló mig strax - Sierra vissi ekki um niðurlæginguna sem Ryan hafði sett Leylu í gegnum. Ég var þó ekki hissa; hún virtist of út í hött. Ég kinkaði kolli hægt og lét hana vita að ég vissi af ástandinu. "Ó, allt í lagi, nú skil ég það. Ryan sagði mér eitthvað svoleiðis áður," sagði ég og reyndi að halda ástandinu frjálslegu. En viðbrögð Sierra komu mér á óvart.

Andlit hennar snérist af reiði og hún leit út eins og hún væri að fara að kveikja í einhverju með glampa sínum. "Bíddu, hvað gerði hann? Hann gortaði eiginlega af því?" Rödd hennar var þrungin reiði, en hún bældi hana fljótt. „Leyla er besta manneskja sem ég þekki og ég vil bara kýla Ryan í andlitið fyrir það sem hann gerði henni.

Ég hallaði mér örlítið aftur á bak, svipurinn minn var áhugalaus, en talaði svo til að skýra hlutina. „Ég sór að ég myndi ekki segja neinum frá þessu, en já, Ryan montaði sig af þessu. Hann gat ekki hætt að tala um þetta.

Augu Sierra stækkuðu af vantrú. "Gerði hann það ekki?"

Ég hristi höfuðið hægt. "Nei, svo sannarlega ekki, en núna held ég að við ættum að einbeita okkur að kynningunni. Það er mikilvægara núna."

Um leið og ég sagði það áttaði ég mig á hversu fáránlega það hljómaði. Kynningin var það síðasta sem mér þótti vænt um á því augnabliki, en það var góð leið til að skipta um umræðuefni, sérstaklega þegar Sierra virtist vera jafn leiðinleg og ég. Ég tók bókina upp aftur og þóttist lesa, en ég sá að augu Sierra voru að reka yfir á varirnar mínar. Þegar stelpur horfa á varir stráks eru þær venjulega að hugsa um hvernig það væri að kyssa þær. Skaðræðislegt bros breiddist yfir andlitið á mér þegar ég hallaði mér aftur í stólnum mínum, skemmtilegur.

Láttu leikina byrja.

ÓSAGÐAR ÓSKIR

Sierra:

Ég fann augnaráð mitt fast á vörum hans þegar hann átti í erfiðleikum með að einbeita sér að bókinni fyrir framan sig. Varir hans voru fullar og fallega lagaðar og ég gat ekki annað en ímyndað mér hvernig það myndi líða ef þær næðu að mér og renndu svo hægt niður hálsinn á mér. Í miðjum þessum hugsunum talaði drengurinn með tælandi varirnar skyndilega og braut á mér dásemdina. "Ertu að hugsa um að kyssa mig?" spurði hann brosandi breitt og vitandi.

Ég fraus, hjartað sló í gegn, fangaði mig í augnablikinu. Ég ætlaði ekki að viðurkenna það sem ég var að hugsa, svo ég reyndi að spila það flott, þó að röddin mín sveik mig aðeins. — Nei, hvernig datt þér þetta í hug? Ég stamaði, enn dálítið undrandi.

Hann lét ekki brosið falla, vissi greinilega hversu rétt hann hafði. „Jæja, þú starðir á varirnar mínar svo lengi. Aldrei fengið virkilega góðan koss? Viltu sjá hvernig alvöru manni líður?"

Ég trúði varla því sem ég heyrði. Auðvitað hafði hann rétt fyrir sér - ég hafði aldrei upplifað neitt nálægt frábærum kossi. Auðvitað hafði ég kysst fólk áður, en flestir þeirra voru gleymanlegir, sumir hreint út sagt óþægilegir. En ég gat ekki sagt honum það. Ég ætlaði ekki að veita honum þá ánægju. „En ég hef átt einn áður, og nei, ég vil ekki," svaraði ég snöggt, þó ég gæti séð á brosinu hans að hann væri ekki að kaupa hann.

Bros hans stækkaði aðeins, sjálfstraustið fór vaxandi. „Eins og ef. En ég nenni ekki að sýna þér hvernig það er gert,“ sagði hann og hallaði sér fram. Ég fann líkama minn verða stífur, frosinn á sínum stað. Andlit hans var nú aðeins tommu frá mínu og ég sá styrkinn í ísbláu augum hans. Í stutta stund fannst mér ég sjá þar leiftur af löngun, en jafn fljótt var hún horfin. Samt var höfuð hans nálægt og ég fann hlýjan andardrátt hans á vörum mínum, nálægð hans umkringdi mig, sem gerði það erfitt að hugsa beint.

Á þessu augnabliki var freistingin að halla sér að honum, kyssa hann yfirþyrmandi. En ég gat ekki látið mig gera það. Ekki núna, ekki þegar það myndi bara staðfesta allt sem hann hélt. Ég gat ekki veitt honum þá ánægju. Svo ég lagði höndina á brjóstið á honum, fann kraftinn í vöðvunum hans undir fingrunum og ýtti honum varlega til baka.

Hann dró sig aðeins undan og glotti sigri hrósandi eins og hann væri búinn að átta sig á mér. Hann hafði viljað vekja löngun, prófa mörk mín og hann hafði gert það vel. Við fórum báðir aftur að vinna í rólegheitum en hugurinn hélt áfram. Ég var að velta því fyrir mér hvort hann vissi enn hver ég væri, hvort hann mundi eitthvað um mig frá því áður. Hvernig hann horfði á mig benti til þess að hann hefði ekki hugmynd um það og það gaf mér opnun.

"Veistu í alvörunni hver ég er?" spurði ég af yfirvegun og reyndi að fela forvitnina í röddinni. Hann leit á mig, ruglingssvip í augum hans. „Hmm, já, þú ert Sierra,“ sagði hann, þó tónninn væri ekki alveg öruggur.

Ég lyfti augabrún og þrýsti lengra. „Já, en ég hef þekkt þig í nokkurn tíma. Við hittumst áður en þú komst í þennan skóla." Hann reiddi brúnina og reyndi greinilega að muna eitthvað um fyrri kynni okkar, en ekkert virtist klikka. Hann var í erfiðleikum, svo ég ákvað að gefa honum vísbendingu. "Hvaða litir eru vespurnar þínar?" sagði ég með glettnislegu glotti, vitandi að það myndi skokka minningu hans.

Eitt augnablik virtist hann alveg glataður. En svo færðist flökt af viðurkenningu yfir andlit hans og í kjölfarið kom skilningssvip. „Ó, shit! Þess vegna virtist þú svo kunnugur! Ég vissi að ég þekkti þig!"

Ég gat ekki að því gert - ég hleypti upp litlum, næstum þöglum hlátri. Það hafði tekið hann nógu langan tíma. „Tók þig nógu langan tíma," stríddi ég og hló aftur.

Hann hló með, hristi höfuðið. „Já, já, ekki hika við að gera grín að mér," sagði hann og brosti enn. „En hey, þú bjargaðir rassinum á mér þá. Ég hélt að þú ætlaðir að flauta, en þú gerðir það ekki. Þú hefðir getað látið mig líta illa út, en þú gerðir það ekki."

Ég gaf honum spotta, þó ég væri enn að hlæja. „Ó, hversu sætt. Þú kannt að meta það? Láttu ekki hrífast. Ég hef samt nokkur tengsl."

Við það hrundi ég niður á gólfið, mér var illt í maganum af því að hlæja svona mikið. Louis hafði líka runnið út úr sófanum, situr nú á gólfinu við hliðina á mér og skalf af hlátri. „Æ, má ég taka það sem vísbendingu um að þér finnist ég sætur? spurði hann, rödd hans hlaðin af skemmtun.

Ég brosti og reyndi enn að ná andanum. „Ég sagði það aldrei,“ svaraði ég, en brosið á andliti mínu sveik mig.

Louis hallaði sér nær, bros hans dofnaði aldrei. „Ég get lifað með því. En þú ert fáránlega sæt og ég vissi það þá. Gat bara ekki sagt það fyrir framan lögregluna,“ sagði hann og rödd hans féll niður í lágt, stríðnislegt hvísl.

Áður en ég vissi af var andlit hans aftur sent tommur frá mínu og ég fann hvernig hitinn á milli okkar lyftist upp. Varir hans sveimuðu rétt fyrir ofan mínar og í fyrsta skipti ýtti ég honum ekki frá mér. ég gat það ekki. Sérhver hluti af mér öskraði til að loka fjarlægðinni, finna varir hans á mínum. En ég var frosinn, lentur á milli hita augnabliksins og ótta við hvað það myndi þýða. Hann lækkaði varir sínar að mínum, og ég hafði ekkert val en að leyfa honum.

VEÐMÁL OG KOSS

Louis:

Ég kyssti stelpuna sem ég hafði hugsað um svo lengi. Ég hafði aldrei getað gleymt henni. Allt frá því að við lágum fyrst saman virtist hún festast í huga mér. Það leið eins og myndin hennar hefði verið skroppið inn í heilann á mér og það var ekkert hægt að komast hjá því. Ég byrjaði á hverjum degi með hugsanir um hana. Ég gat ekki hrist það, sama hversu mikið ég reyndi að ýta þessum tilfinningum frá mér. En ég varð að bæla þá niður og í langan tíma gróf ég þá djúpt inni. Nú, hér var hún, beint fyrir framan mig aftur. Hversu oft hafði ég ímyndað mér hvernig það væri að kyssa hana? Hugsunin hafði dvalið í huga mér endalaust, ýtt undir fantasíur og langanir. En jafnvel núna vissi ég að ég gæti ekki látið mig líða of mikið. Ef ég leyfði mér að falla algjörlega fyrir henni, finna allt með hverjum trefjum í veru minni, myndi ég ganga beint inn í glundroða. Það síðasta sem ég vildi var að opna mig fyrir enn fleiri fylgikvillum. Var það þess virði? Ég var ekki viss. En á þessari stundu gat ég ekki þolað að deila því með neinum öðrum. Það var mitt.

Í fyrstu var kossinn með semingi. Ég var ekki viss um hvernig hún myndi bregðast við – hversu mikið hún myndi gefa eftir, hversu mikið hún myndi draga sig í burtu. En þegar ég fann hvernig hún svaraði, líkami hennar slakaði á mér, varð ég djarfari. Varir mínar færðust meira að henni og hendur hennar - önnur á bakinu á mér, hin í hárinu - hvöttu mig til að fara dýpra. Ég fann styrkinn aukast á milli okkar og í stutta stund velti ég því fyrir mér hvort ég gæti farið lengra þarna á bókasafninu. En ég tók það fljótt í taumana. Það var engin leið að ég gæti misst stjórn á mér svona. Ekki hér. Ekki núna.

Ég dró mig hægt til baka og braut kossinn með tregðu. Líkami minn logaði, hjartað sló í brjóstið á mér, en ég þurfti að halda mér í jafnvægi. Ég stóð upp og reyndi að fela hröð andardrátt. Ég opnaði augun og fann að hennar var þegar læst á mitt, blakt af hlýju og eitthvað dýpra í augnaráði hennar. Það var tilfinning sem ég hafði aldrei upplifað áður, og hún varð til þess að innra með mér snérist. Það síðasta sem ég vildi var að líða svona. Það hræddi mig meira en ég vildi viðurkenna. Ég gat ekki orðið ástfangin af henni. Ég neitaði því.

Ég hristi höfuðið og reyndi að ýta frá mér yfirþyrmandi tilfinningum sem flæddu yfir huga minn. Ég varð að minna mig á að hún var ekkert annað en veðmál. Bara áskorun, ekkert annað. Það var allt sem hún var. Og samt, þegar ég horfði á hana aftur, gat ég ekki neitað verkjunum í brjóstinu. Hún var svo miklu meira en ég hafði leyft mér að gera mér grein fyrir.

„Allt í lagi, ég held að við ættum að kalla þetta dag á kynninguna," sagði Sierra og brosti til mín. Ég kinkaði kolli stífur og reyndi að halda tilfinningum mínum í skefjum. Hún er bara veðmál. Bara veðmál, minnti ég sjálfan mig á. En rödd mín sveik mig þegar ég bætti við: "Það sem gerðist hérna þýðir ekkert. Alls ekkert." Ég var ekki viss um hvern ég var að reyna að sannfæra - orðin voru tóm, jafnvel þegar ég sagði þau. Ég sá vonbrigði hennar leiftra yfir andlitið á mér úr augnkróknum og það sló meira en ég hafði búist við.

„Auðvitað bjóst ég ekki við öðru,“ svaraði hún og rödd hennar varð skarpari. „En ég efast um að þetta hafi verið minn besti koss.

Ég gat ekki annað en brosað. Það virtist sem hún hefði þegar snúið aftur til síns venjulega sjálfs, sjálfstraust hennar ósnortið. „Jæja, mia bella, ég held að þú gætir enn verið svolítið brjáluð yfir þessu, en ekki hafa áhyggjur, ég hef enn meira að bjóða. Ég gat ekki staðist að bæta við stríðninni. "Allt í lagi, ciao bella, þá er ég farinn. Ó, og ekki gleyma að læsa inni," sagði ég og glotti henni þegar ég gekk í átt að dyrunum.

Um leið og ég steig út, fann ég þyngdina lyftast af öxlum mínum. Í fyrsta skipti í langan tíma brosti ég. Ósvikið bros. Það var ekki bara vegna þess að ég hafði náð því besta úr henni í augnablikinu. Nei, það var meira en það. Í fyrsta skipti í nokkurn tíma fann ég fyrir einhverju hreinu og raunverulegu. Eitthvað sem ég gæti ekki hunsað, jafnvel þó ég reyndi.

Kossinn sem breytti öllu

Sierra:

Um leið og Louis var kominn út um dyrnar, hrapaði ég aftur á gólfið. Ó guð, hvað var ég nýbúinn að gera? Draumurinn sem ég hafði verið að leika mér um í huganum fyrir það sem leið eins og að eilífu hefði lifnað við, og ekki á þann hátt sem ég hafði búist við. Ég hafði kysst Louis - eina manneskjuna sem ég hafði ekki getað hætt að hugsa um svo lengi. Kossinn hafði verið allt og ekkert í einu. Þetta var allt sem ég hafði ímyndað mér, og samt svo miklu ákafari, svo miklu raunverulegra en ég hafði nokkurn tíma þorað að vona. Áhlaupið, rafmagnið á milli okkar... Það var næstum of mikið.

Og þó, þegar orð hans lágu í eyrum mínum, sneri lítill hluti af mér aftur til raunveruleikans. „Það þýðir ekkert," hafði hann sagt og af einhverjum ástæðum var það það eina sem kom mér aftur til jarðar. Þetta var raunveruleikaskoðun, en mjög þörf. Hann hafði rétt fyrir sér. Ég hafði aldrei fengið svona koss áður. En ég ætlaði ekki að viðurkenna það fyrir honum. Ég vildi ekki að hann vissi hversu gjörsamlega stjórnlaus mér hafði liðið á þeirri stundu. Hvernig hann hafði kysst mig, hvernig hann hafði látið mér líða eins og ég gæti bráðnað inn í hann - það var allt sem mig hafði dreymt um og meira til.

Vandamálið? Það skelfdi mig. Sú staðreynd að ég hefði verið svona kærulaus, svo fús til að gefa mig fram við hann án þess að hugsa, sendi hroll niður hrygginn á mér. Hann hafði dregið sig í burtu, greinilega dálítið andlaus. Ég hataði hversu mikið ég hafði hleypt honum inn. En samt gat ég ekki skákað tilfinningunni. Hjartað í mér var enn á fullu og ég gat ekki ákveðið hvort ég vildi draga hann aftur inn eða ýta honum í burtu. En nei, ég varð að hata hann. Ég varð að minna mig á að það væri það heimskulegasta sem ég gæti gert að falla fyrir honum. Þetta var bara koss — veðmál. Ekkert meira. Og ég þurfti að hafa það í huga.

Daginn eftir vaknaði ég með undarlegri ró, tilfinningu um skýrleika sem ég bjóst ekki við. Ég fór betur út úr húsi og reyndi að hrista af mér hitann frá því í gærkvöldi. Þegar ég steig út beið frændi minn eftir mér með vespuna sína eins og venjulega. Hann hafði þessa leið til að draga mig út úr höfðinu á mér þegar ég þurfti mest á því að halda. Veðrið var með besta móti og sólin var farin að gægjast fram bak við skýin. Ég hoppaði aftan á vespuna hans og við skruppum í átt að skólanum með vindinn í hárinu á mér.

Þegar við komum inn á bílastæðið sá ég Leylu ganga í áttina að mér, svarta krullað hárið hennar blés í golunni. Hún leit út eins og fyrirsæta eða kvikmyndastjarna, andlit hennar ljómaði í morgunsólinni. En brosið sem venjulega lék um varir hennar var hvergi að finna. Þess í stað var hún með þennan kalda svip, eins og eitthvað hefði verið að angra hana. Ég gat nú þegar sagt að hún væri að búa sig undir einhvers konar bráðnun frá atburðum gærdagsins.

Hún tók á móti mér með hlýju brosi, en augu hennar sveik eitthvað dýpra. „Veistu, þú lítur út eins og kvikmyndastjarna þegar þú tekur af þér hjálminn," stríddi hún, tónninn var mjúkur en viti borinn. "Klæddirðu þig sérstaklega fallega upp í dag? Hvað gerðist í gær? Geymirðu leyndarmál fyrir mér?"

Ég gat ekki annað en brosað. Vissulega hafði ég klætt mig aðeins upp, en ég ætlaði ekki að hella út sannleikanum um kossinn milli mín og Louis. Það var eitthvað fyrir mig að halda í burtu. „Mig langaði bara að líta vel út,“ svaraði ég og burstaði það af léttúð. Leyla lyfti augabrún, greinilega ósannfærð, en lét hana renna.

Á meðan stóð frændi minn enn við bakið á mér og Leyla var þegar farin að knúsa hann, eitt af þessum fjörugu vinalegu faðmlögum sem virtust endast að eilífu. Hún hafði þessi áhrif á fólk. Frændi minn, Lucas, og vinir hans hópuðust allir í kringum hana og reyndu að ná hluta af athygli hennar og hún veitti þeim það náðarsamlega. Ég horfði á þau samskipti, smá skemmtun togaði í munnvikin. Lucas var konungur skólans núna, með Leylu sér við hlið, og allir öfunduðu hann. Það var skrítið að horfa á, en ég gat ekki neitað því að ég var svolítið stoltur af honum.

Allt í einu skarst öskur tveggja mótorhjóla í loftinu og maginn á mér snérist. Ég vissi nákvæmlega hver það var. „Slæmu strákarnir“ í bekknum voru að draga inn. Louis og Ryan. Ég heyrði þegar mótorhjólin snúast, hvert annað hærra en annað. Þegar þeir ruku inn á bílastæðin og vélar þeirra slokknuðu, virtist allur völlurinn halda niðri í sér andanum. Stúlkurnar söfnuðust að sjálfsögðu í kringum sig samstundis, augun límd við strákana þegar þeir tóku af sér hjálmana, hver hreyfing ýkt eins og þær væru hluti af einhverjum stórkostlegum gjörningi.

Við Leyla skiptumst á áliti, meira af mildum viðbjóði en nokkuð annað. Ég hafði ekki áhuga á þættinum, en ég fann hversu þung augu allra horfðu á okkur. Jafnvel eftir allt með Louis var ég enn að reyna að halda smá fjarlægð, samt að reyna að halda smá stjórn á sjálfri mér. Ég ætlaði ekki að láta þá sjá að ég væri fyrir áhrifum.

Ryan og Louis komu til okkar, hliðhollir vinum sínum, eins og alltaf. Við stóðum mitt á milli "elítu" strákanna, þeim sem allir virtust tilbiðja. Þegar augu Louis mættu mínum fann ég þennan kunnuglega neista, þessa rafmagnstengingu sem ég gat ekki hrist. En ég barðist við það. Hann brosti til mín og ég gat ekki annað en brosað til baka, jafnvel þó ég vissi að það væri ekki góð hugmynd.

Leyla svaraði hins vegar ekki brosi Ryans. Reyndar kannaðist hún varla við hann, augnaráð hennar skar framhjá honum eins og hann væri ósýnilegur. Þetta var svo skörp andstæða við venjulega kraftinn á milli þeirra og ég gat ekki annað en dáðst að henni fyrir það. Bjallan hringdi einmitt þá og það var eins og merki um að litla sýningin okkar væri að hefjast.

Með vitandi glotti horfði ég á Leylu og hún kinkaði kolli til baka. Við ýttum af vespu frænda míns og gengum í átt að innganginum, hvert skref fyllt tilgangi. Við vissum að augu allra voru á okkur, bæði strákarnir og stelpurnar. En við vorum með áætlun og við ætluðum að framkvæma hana gallalaust. Við ætluðum að sýna þeim hvað þeir höfðu tapað.

Þegar við nálguðumst innganginn stóðu nokkrir kennaranemar við dyrnar og gættu þess að enginn kæmi með kveikt í sígarettum. Ég sá hvernig stelpurnar horfðu á þær, augun full af þrá. Dyrnar voru aldrei opnaðar fyrir okkur, ekki nema við hefðum áhrif. Þannig að við Leyla gengum í átt að dyrunum og hristum mjaðmirnar aðeins meira en venjulega. Leyla leiftraði einu af einkennandi brosi sínu, þess konar sem gæti brætt hjarta hvers manns, og vissulega opnaði neminn hurðina fyrir henni án þess að hika. Ég fylgdi í kjölfarið á hliðinni og hurðin opnaðist.

Við gengum inn, vitandi að við höfðum sett okkar mark. Við höfðum ekki bara gengið inn um dyrnar - við höfðum gengið inn með sjálfstraust, með krafti. Ég vonaði bara að það hefði haft þau áhrif sem við ætluðum okkur.

Louis:

Ég bjóst aldrei við því. Sierra virtist á vissan hátt vera að flagga töfrum sínum, eins og hún væri að sýna mér hversu heit hún væri og hversu auðvelt hún gæti haft hvern sem er. Jæja, henni tókst svo sannarlega að gera það ljóst. Ég gat ekki annað en litið yfir á Ryan, sem leit út fyrir að vera andlega að berja hausnum við vegg allan tímann. Að lokum mætti hann augnaráði mínu, andlit hans beygði sig af reiði þegar hann muldraði: "Hversu heimskur geturðu verið? Mér líður eins og ég sé að fara að brjóta eitthvað - helst höfuðið." Ég brosti og fannst augnablikið nokkuð skemmtilegt. "Hey, ekki gera það, þú gætir þurft á því að halda. Jafnvel þótt það sem þú gerðir við Leylu væri frekar heimskulegt," stríddi ég og potaði í hann.

Hann var að verða sýnilega pirraður. "Já, já, ég veit að þú elskar að nudda því í andlitið á mér, en nóg er komið. Kannski ætti ég bara að gleyma henni, fara út og djamma og sofa bara hjá einhverri tilviljanakenndri stelpu."

"Ertu viss um að það sé góð hugmynd?" spurði ég, óviss um rökfræði hans. "Ég veit það ekki, maður."

„Annaðhvort ertu með mér eða ekki, en ég er örugglega að fara," sagði hann, ákveðinn tónn.

Jæja, ég gæti ekki mótmælt þessari rökfræði. Það var greinilegt að ef hlutirnir gengi ekki eins og hann myndi gera, myndi hann bara rífast aftur. Ég hélt að truflun myndi hjálpa, svo ég yppti öxlum. "Jæja, ég kem. Nokkur tími í burtu frá Sierra og skólinn hljómar eins og ég þarf."

Þar með fórum við inn í sögunámskeið. Um leið og við komum inn, tók herra Mittermaier, sem þegar var í vondu skapi, á fyrstu manneskjuna sem hann sá - stúlku sem sat nálægt framhliðinni. Mér var alveg sama hver þetta var; hugur minn var annars staðar.

Þegar við Ryan tókum sæti tók ég eftir því að Leyla og Sierra voru þegar búnir að koma sér fyrir. Sierra sat þarna, eins falleg og alltaf, en það var ekki bara líkamlegt útlit hennar sem vakti athygli mína. Ljósa hárið hennar - náttúrulega ljósa, ekki það falska, of bleiktu dótið - glitraði undir sólarljósinu sem streymdi inn um gluggann. Allt í einu sneri hún sér við og augu okkar lokuðust. Fölblá augun hennar voru dáleiðandi, eins og ég gæti misst mig í þeim að eilífu. Varir hennar krulluðust í glettnisbros og mér fannst eins og ég gæti kysst hana aftur, ítrekað. En um leið og hún lyfti augabrúninni til mín, hvarf ég aftur að raunveruleikanum. Nei, ég gat ekki látið þetta gerast. Að falla fyrir henni myndi bara hafa í för með sér fleiri fylgikvilla. Ég gat ekki látið tilfinningar gera mig veikburða, sérstaklega núna.

Það sem eftir lifði skóladagsins var þoka. Ég gat ekki einbeitt mér að neinu. Ég vissi að ég þyrfti að losna við það, einbeita mér aftur að mikilvægu hlutunum - fjölskyldunni minni og veðmálinu. Sierra var bara truflun, veðmál, ekkert annað. Ég gat ekki látið hana draga mig inn í fleiri tilfinningar. Tilfinningar gerðu þig mjúkan, viðkvæman og það er það síðasta sem ég hef efni á núna.

Þegar síðasta bjallan hringdi, greip ég dótið mitt og hljóp að bílnum mínum. Það var ekki mikið að skoða - bara gamall junker - en það virkaði. Það fyrsta sem ég gerði var að fara í skóla litlu systur minnar til að sækja hana. Þegar ég kom inn á bílastæði skólans sá ég hana standa við hliðið, umkringd vinum sínum, hlæjandi. Hún var ánægð og það var það eina sem skipti máli.

Hún kom strax auga á mig og andlit hennar lýsti upp. Hún veifaði vinkonum sínum bless og hljóp á móti mér. Ég greip hana í fangið á mér, sneri henni tvisvar í kringum mig áður en ég lagði hana varlega frá mér. Hún brosti frá eyra til eyra. "Hæ Louis! Veistu hvað? Ég fékk vinnu aftur!" sagði hún spennt.

Ég hló, "Ó í alvöru? Fékkstu loksins þessi 'sex'?"

Hún hló, "Nei, ekki alveg. Meira eins og sex að aftan... Svo, einn!" hrópaði hún af gleði.

Ég hló líka og spurði: "Og hvaða efni var það?"

„Stærðfræðikennarinn minn segir að ég sé of klár fyrir þetta stig," sagði hún og glotti frá eyra til eyra.

Ég gat ekki annað en brosað aftur til hennar. Kiara var allt sem ég vildi að ég gæti verið - sterk, klár og full af gleði. Hún var alveg eins og ég, nema með brún augu. Ég hafði alltaf vitað að hún væri fær um að sleppa einkunn, en ég vildi það ekki fyrir hana. Hún varð að vera í þessum bekk og njóta æsku sinnar, þrátt fyrir erfiðleika heima fyrir.

Eftir að við náðum í dótið hennar fórum við í íþróttahúsið til að sækja litla bróður minn, Nico, úr fótboltaleiknum hans. Við náðum aðeins síðustu tvær mínúturnar en það skipti ekki máli. Kiara var ekki í fótbolta, en mér fannst gaman að horfa á Nico. Hann var að spila í sínum fyrsta alvöru leik og ég mátti ekki missa af honum. Þegar við komum inn í ræktina tók ég eftir nokkrum af hinum foreldrunum, sérstaklega nokkrum ungum mæðrum, sem horfðu lengi á mig. Ég gaf þeim ekkert eftir. Ég var hér fyrir bróður minn.

Nico kom auga á mig handan vallarins. Um leið og hann sá mig brotnaði andlit hans í breitt glott. Hann greip boltann af leikmanni andstæðingsins og skaut í átt að markinu. Hann var fljótur, einbeittur og ákveðinn. Rétt áður en hann kom að markinu skaut hann boltanum með öllu sem hann átti. Það sigldi framhjá markverðinum og í netið. Liðið hans fagnaði og Nico hljóp í áttina að mér og hrópaði: "Sástu þetta? Sástu hvernig boltinn flaug í netið? Hann var óstöðvandi!"

Ég brosti, en hugurinn var ekki alveg til staðar. Gleði litla bróður míns, spennan hans - þetta minnti mig allt á þegar hlutirnir voru einfaldari, áður en mamma lést. Allt frá andláti hennar hafði það verið stöðug barátta að viðhalda þeirri hlýju á heimili okkar. En að sjá Nico svo fullan af lífi, svo áhyggjulaus, lét mig finna fyrir einhverju sem ég hafði ekki fundið lengi.

Áður en ég gat sagt meira kýldi Nico mig létt í magann og greip í handlegginn á mér og dró mig yfir til lítins drengs með svart hár og blá augu. "Louis, þetta er nýi vinur minn Jack! Hann er í bekknum mínum og hann er frábær í fótbolta, alveg eins og ég!" Nico var nánast að springa úr stolti þegar hann kynnti mig fyrir Jack.

Ég leit niður á Jack, sem brosti mér. „Hey Louis, ég skoraði mark, en þú varst ekki þarna til að sjá það,“ sagði hann.

Ég hló, "Ég vildi að ég hefði getað séð það. Hljómar eins og þú sért náttúrulegur."

Þegar ég ætlaði að segja meira heyrði ég kunnuglega rödd.

Á því augnabliki fann ég að maginn féll og ég vissi nákvæmlega hver þetta var.

LOKIÐ